தமிழ்க்காடு

(கவிதைத் தொகுப்பு)

தங்கராஜ் அருணாசலம்

Clever Fox®
PUBLISHING
Chennai • Bangalore

CLEVER FOX PUBLISHING
Chennai, India

Published by CLEVER FOX PUBLISHING 2023
Copyright © THANGARAJ A 2023

All Rights Reserved.
ISBN: 978-93-56486-69-0

This book has been published with all reasonable efforts taken to make the material error-free after the consent of the author. No part of this book shall be used, reproduced in any manner whatsoever without written permission from the author, except in the case of brief quotations embodied in critical articles and reviews.

The Author of this book is solely responsible and liable for its content including but not limited to the views, representations, descriptions, statements, information, opinions and references ["Content"]. The Content of this book shall not constitute or be construed or deemed to reflect the opinion or expression of the Publisher or Editor. Neither the Publisher nor Editor endorse or approve the Content of this book or guarantee the reliability, accuracy or completeness of the Content published herein and do not make any representations or warranties of any kind, express or implied, including but not limited to the implied warranties of merchantability, fitness for a particular purpose. The Publisher and Editor shall not be liable whatsoever for any errors, omissions, whether such errors or omissions result from negligence, accident, or any other cause or claims for loss or damages of any kind, including without limitation, indirect or consequential loss or damage arising out of use, inability to use, or about the reliability, accuracy or sufficiency of the information contained in this book.

Pictures courtesy: freepik and facebook

முகவுரை

P Mohanadoss
Chief Technical Director (Retd)
All India Radio and Doordarshan

கவிஞர் தங்கராஜ் அவர்களை நான் நன்கு அறிவேன். அவர் தன் தமிழ்க்காடு புத்தகப் பிரதியை என்னிடம் படிக்கக் கொடுத்ததும் முதல் பக்கத்திலேயே,

'வெள்ளெருக்க மாலையோடு

வெற்றி சொல்ல வந்தாரு,

சுண்டெலியின் முதுகேறி

சுற்றம் சேர்க்க வந்தாரு'

என்ற முத்தான வரிகள் என்னை ஈர்த்தன. பழகு தமிழில் வடித்திட்ட கவிதைகள் படிக்க படிக்கத் தெவிட்டாத இன்பம் தந்தன.

காடு என்றாலே செழிப்பான மரங்கள் கொண்டது அல்லவா? அது போலவே இந்த தமிழ்க்காடும்

செம்மையான தமிழுணர்வைத் தூண்டும் கவிதைகளின் களஞ்சியம். மெல்லப் பிறந்த தையுடன் முடிவுற்றாலும் அடுத்த தொகுப்பு எப்போது வருமென இதைப் படிக்கும் வாசகர்கள் எதிர் பார்த்து இருப்பார்களென்பதில் துளியளவும் ஐயமில்லை.

கவிஞர் தங்கராஜ் அவர்களுக்கு எனது ஆசியும் வாழ்த்துக்களும்!

இங்ஙனம்,

பூ.மோகன்தாஸ்

உள்ளடக்கம்

முன்னுரை x

கடவுள் வாழ்த்து

கணபதி வந்தாரையா 1
பரிதியை கண்ட பனி 3
கலைமகள் சரணம் 4

ஐம்பூதம்

பருவ மழை 6
புவி தினம் 7
காற்று 8
நீரின்றி 9
மழையும் மலையும் மண்ணும் 10
கொள்ளை 11
முடிவது மண் 12
காற்றே 15
அக்னி தேவன் 19
ஆதவன் அலறல் 21

v

பாரம்பரியம்

உலக பாரம்பரிய தினம் 22
சொற்கடலில் முத்தெடு 26
உலகின் முதற்குடி 27

பாலர் பாட்டு

பளிங்கு கண் பூனை 28
யானை 30
ஊஞ்சல் எனது வாகனமாம் 32
அ ஆ 35
தெருவிலே கொண்டாட்டம் 36
எங்கள் சிட்டுக்குருவி 38
சேர் 40

பாட்டும் ஆட்டமும்

ரேக்ளா 42
பல்லாங்குழி ஆட்டம் 43
நிலாச் சோறு 44
எது இசை ? 45
இசை 47
ஒரு குயிலின் கீதம் 50

சூழல்

ஒத்தையடிப் பாதை	52
தை மகளே வருக	54
குறுகுறுத்த பார்வையிலே	56
கிராமத்து உணவு	57
காதல் சொல்ல வந்தாயோ	58
அச்சு வெல்லம்	59
அரசமரத்தடி	61
ஆறும் ஊரும்	63
குயில்	65
கருவேலங்காடு	66
ஊரோரம் புளியமரம்	67
சேவல்	69
புவியீர்ப்பு	71
சகுனம்	72
நிலா மதி சந்திரன்	73
குட்டிப்பூ	74
தூது	76
ஒன்றை முயல்வாய்	78
இரவு மழை	80
மெதுவாய் இரவின் நிழல்	81
ஏழை	83
தமிழின் காலடி	85
துளிர்த்தலே உயிர்	86
பிறந்தேன்	87

கான்கிரீட் பூக்கள்..88

தொழில்

களையெடுக்கும் கன்னிப்பெண்ணே 89
தூக்கமது கைவிடேல் 91
அந்தி மாலைப் பொழுது............................92
பனைமர நிழல்.......................................94
நாட்டுப்புற நேரம் 96
உழவனே இறைவன் 99
மூடையில் கிழிசல் 100

பொறுப்பு

ஊரு விட்டு ஊரு வந்து 101
வாழ்க்கை பாதை 103

உறவுகள்

தாயம் ஒன்று 105
ஒத்தையடி பாதையிலே 107
என் தங்கை 109
அம்மா உன் தாலாட்டு.............................110
காலமிது காலமிது 112
பெத்த மனசு 113
அன்னை 114
எங்கே... எங்கே... எங்கே.........................117

நெருப்பு	118
நம் தந்தை	119
ஓர விழி பார்வையாலே	121
வளர்ந்து விடு வனப்பே	123

பண்டிகை

போகி பண்டிகை	124
பொங்கல் வந்தது	126
புத்தாண்டு வந்தாச்சு	128
புத்தாண்டு பொலிவே வா	130
கதிரவன் கருணை - களை கட்டும் பொங்கல்	133
வண்ணத் "தை" வந்தாள்	135
தீப ஒளி திருநாள்	136
தை மகள் வந்தாள்	138
மார்கழி	140
மாட்டுப் பொங்கல்	141
மெல்லப் பிறந்தது தை	142

முன்னுரை

கவிதைக்கு கல்வி தெரியாது. மொழி தெரியாது. அன்னை மொழிச் சொற்கள் அதுவாய் வந்து விழுந்து கவிதை என்று பிறப்பெடுக்கும்.

கற்பனை என்பது அறிவியலா ? அல்லது அறிவா ? விடை தெரியாது. இரண்டும் இருக்கலாம்.

எப்பொழுது பிறக்கும் தெரியாது. எப்படிப் பிறக்கும் புரியாது. மொழியின் பற்றோ, விடை ஏது ?. ஆனாலும் பல வருடங்கள் இங்கொன்றும் அங்கொன்றுமாய் எழுதி வைத்ததை தொகுத்திருக்கிறேன்.

கற்பனை என்னும்
அற்புத அறிவில்
சொற்களை பின்னி
கட்டிய சரத்தில்
எற்றுணை அழகு
என்பதில் வியந்து
ஒற்றினேன் கண்களில்
என்னவள் நீயே

அன்புடன்
தங்கராஜ் அருணாசலம்

கணபதி வந்தாரையா

வந்தாரையா வந்தாரு
கணபதியும் வந்தாரு

வெள்ளெருக்க மாலையோடு
வெற்றி சொல்ல வந்தாரு

எங்க வீட்டில் அடியெடுத்து
சுண்டல் உண்ண வந்தாரு

தந்தம் உடைத்த கையோடு
படிக்க வைக்க வந்தாரு

வந்தாரையா வந்தாரு
விநாயகர் வந்தாரு

சுண்டெலியின் முதுகேறி
சுற்றம் சேர்க்க வந்தாரு

ஆனை முக உருவெடுத்து
சிறுவர் பார்க்க வந்தாரு

அங்குசத்தால் அல்லல் அழித்து
இன்பம் சேர்க்க வந்தாரு

வந்தாரையா வந்தாரு
பிள்ளையாரும் வந்தாரு

கொள்ளை நோயை விரட்டிடவே
வெள்ளை உடையில் வந்தாரு

நல்ல காலம் பிறந்ததென
தொடக்கம் சொல்ல வந்தாரு

சின்ன கண்ணின் ஒளியாலே
அருளை வழங்க வந்தாரு

வந்தாரையா வந்தாரு
கஜமுகனும் வந்தாரு

பரிதியை கண்ட பனி

(இன்னிசை வெண்பா)

சிவனை துதித்து சிவன்புகழ் பாடி
உவகை அடையும் உலகோர் தமக்கு
உரிய வினையும் இடர்களு மொக்கும்
பரிதியை கண்ட பனி!

கலைமகள் சரணம்

நாமகள் தேவி
 நான்முகன் தேவி
நாவினில் வந்து
 நற்சொல் அருள்வாய்

பூமகள் தேவி
 வெண்கமல் வாணி
பாவினில் வந்து
 பக்தியை பதிப்பாய்

சரஸ்வதி தேவி
 சாவித்ரி தேவி
கலைகளை சொல்ல
 சடுதியில் வருவாய்

அட்சர தேவி
 அன்ன வாஹினி நீ
அறிவு செறிவுற
 அருகினில் வருவாய்

ஞானத்திறைவி
  வீணையின் ராணி
எழுத்தாய் வந்து
  ஏற்றிடு எனையே !

பருவ மழை

பெய்யும் பொழுது பலர் சிரமப்பட்டாலும் யார் சொல்வர் மழை வேண்டாமென்று ?

மாரி அம்மன் அருளாலே
பருவ மழை வந்ததடி
ஊரும் நல்லா செழிக்க வேணும்
ஓடி வந்து பாடுங்கடி

வெள்ளாமை பார்த்த மண்ணில்
வெள்ளி மழை கொட்டுதடி
வெள்ளாடு நனைஞ்சி வந்து
கொட்டகையில் சிலிர்க்குதடி

கோழி வந்து கூடையிலே
வால் இறக்கி ஒதுங்குதடி
மாடும் கன்னும் கொட்டகையில்
பத்திரமா பதுங்குதடி

வேய்ந்த கூரை மறுபடியும்
தண்ணி வந்து ஒழுகுதடி
மாறும் என்ற நெனைப்பினிலே
மனதும் கொஞ்சம் குளிர்ந்ததடி

புவி தினம்

விடியலின் வாடை காற்றில்
    சிலிர்த்தது தேகம்

துடிப்புடன் பறவை கூட்டம்
    எழுந்தது வேகம்

செடிகொடி கண்ணில் பட்டு
    செழுமையின் கோலம்

மரங்களின் பழத்தால் இன்று
    அருமையாய் போகம்

சலசல ஓடைத் தண்ணீர்
    தீர்ந்தது தாகம்

கானக ஒலிகள் சேர்ந்து
    இசைக்குது கானம்

புவியே சொர்கம் என்று
    புரிந்தது ஞானம்

காற்று

குழலிசையாய் கலைஞன்
அலையாகும் நடனன்
பூ வாச தூதுவன்
புயலாகும் கொடூரன்
கார் மேக ஓட்டுனன்
உயிர்மூச்சாய் இறைவன்

நீரின்றி.....

(நிலை மண்டில ஆசிரியப்பா)

கோடை வெயிலில்
    வியர்த்து குளிக்கவும்
ஓடையும் வற்றி
    நிசப்தம் உணரவும்
வாடிய வாசம்
    முழுதாய் முகரவும்
பாடும் குயில்கள்
    பசியில் ஒடுங்கவும்
தோகை மயில்கள்
    முகில்களைத் தேடவும்
காடுகள் காய்ந்து
    விலங்கும் ஒளியவும்
தாகம் தணிக்க
    மனிதர் அலையவும்
காரணம் சிக்கனம்
    சேமிப்பு போனதே

மழையும் மலையும் மண்ணும்

மலையை முகர்ந்த மழை
ஊற்றாய் உரு எடுத்து
சுனையாய் சுற்றி வந்து
ஓடைகள் பல ஓடி
அருவியாய் ஆர்ப்பரித்து
ஆறென்று பேரெடுக்கும்

மண்ணில் புகுந்த மழை
குட்டையை குசலம் விசாரித்து
ஊரணியாய் ஊர் சுற்றி
கண்மாயில் கரை புரண்டு
கிணற்றின் அளவேற்றி
நிலத்திள் உயிர் தீண்டி
நதியின் கரை சேர்ந்து
வழியெங்கும் வளமாக்க
கடற்தாயின் மடி சேர்ந்து
வாரிசை விண் சேர்க்கும்

கொள்ளை

வெள்ளை
    வான் முகில்
குளிரால்
    மனம் உருகி
தெளித்த
    நீர்த் திவலை
காற்றிலே
    மிதந்து வந்து
நிலத்தினை
    நேசம் கொண்டு
மெல்லென
    கீழ் இறங்கி
புற்களில்
    படிந்த போது
நீர்த்துளி
    முத்தாய் மாற
முத்தினில்
    தெரிந்த உலகில்
போனது
    உள்ளம் கொள்ளை!

முடிவது மண்

விளக்கிற்கு எண்ணெய்
எண்ணைக்கு திரி
திரிக்கு நெருப்பு
நெருப்புக்கு காற்று
காற்றுக்கு நிலம்
நிலத்திற்கு பயிர்

பயிருக்கு நீர்
நீருக்கே உயிர்
உயிருக்கு சிவன்
சிவனுக்கு உமை
உமை கண்ணுக்கு இமை
இமைக்கு மை
மைக்கு தேர்தல்
தேர்தலுக்கு வாக்கு
வாக்குக்கு ஓட்டு
ஓட்டுக்கு பணம்
பணத்திற்கு உழைப்பு
உழைப்புக்கு வேலை
வேலைக்கு மெய்
மெய்க்கு உணவு
உணவுக்கு அடுப்பு
அடுப்புக்கு விறகு
விறகுக்கு கயிறு
கயிற்றுக்கு முடிச்சு
முடிச்சுக்கு கம்பம்
கம்பத்துக்கு மரம்
மரத்திற்கு மண்
மண்ணுக்கு உரம்
உரத்தினால் செடி

செடிக்கு இலை
இலைக்கு காம்பு
காம்புக்கு கிளை
கிளைக்கு தண்டு
தண்டுக்கு வேர்
வேருக்கு மண்

காற்றே

காற்றே உன்னை
    தேடி விட்டேன்
கால் கடுக்க
    நடந்து விட்டேன்
போற்ற உன்னை
    தேடி விட்டேன்
போனது எங்கே
    கூறிடுவோய்

உன்னை பார்க்க
    புறப்பட்டேன்
உருவம் இல்லை
    திகைத்திட்டேன்
என்னை பார்த்து
    இரங்கி விடு
உந்தன் முகத்தை
    காட்டி விடு

தெற்கே திரும்பி
    பார்க்கின்றேன்

தென்றல் என்பதும்
  நீ தானோ
மேற்கே திரும்பி
  பார்க்கின்றேன்
கோடை என்பதும்
  நீ தானோ

வடக்கே திரும்பி
  பார்க்கின்றேன்
வாடை என்பதும்
  நீ தானோ
கிழக்கே திரும்பி
  பார்க்கின்றேன்
கொண்டல் என்பதும்
  நீ தானோ

உருவம் ஒன்றும்
  உனக்கில்லை
உள்ளம் உனக்கு
  இருந்தாலும்
பருவம் பார்த்து
  உன் பெயரை
மாற்றி கொள்வதும்
  ஏன் தானோ

காற்றே

என்னை தொட்டு
    செல்கின்றாய்
என்னை சுற்றி
    நிற்கின்றாய்
மண்ணின் போர்வை
    ஆனவனே
கண்ணை விட்டு
    போனதென்ன

காட்டை கடந்து
    வருகின்றாய்
கடலை புரட்டி
    வருகின்றாய்
நாட்டை சுற்றி
    வருகின்றாய்
நகர்ந்து கொண்டே
    இருக்கின்றாய்

அமைதியாக
    போகின்றாய்
ஆழி அலைத்து
    போகின்றாய்
அமைதி என்பதும்
    நீ தானோ
அழிவு என்பதும்
    நீ தானோ

கோபம் எதுவும்
    கொள்ளாதே
கொடும் புயலாய்
    மாறாதே
தீபம் எரிய
    உதவிடுவோய்
தீர்க்க ஆயுள்
    கொண்டவனே

உன்னை பல நாள்
    போற்றிடுவார்
உன்னை சில நாள்
    தூற்றிடுவார்
எங்கள் வாயு
    பகவானே
என்றும் எம்மை
    காத்திடுவாய்

அக்னி தேவன்

நாகரீக படிகட்டில்
    முதல் அடி
நாச்சுவையின் எல்லை
    யிலே ஒரு படி

விலங்கினின்று காத்து
    நின்ற வேலி நீ
இரவினிலே வீட்டில்
    நின்ற கதிரொளி

உலோகத்தை உருக்க
    வைத்த யோகம்
சுலோகத்தை சொல்ல
    வைத்த யாகம்

செங்கல் சுட்டு வீடு
    தந்த கனல் நீ
பொங்கல் வைக்க சூடு
    தந்த தனல் நீ

புகை வண்டி ஓட
    வைக்க உணவானாய்
பகைவரையும் ஓட
    வைக்க கலனானாய்

ஆணவத்தை அனுமன்
    வாலால் அழித்தாய்
நீதிக்காக மதுரை
    நகரை எரித்தாய்

ஓர் கட்டுக்குள் உனக்
    கடிமை ஆனோம்
ஓர் கட்டில்லா இன்பம்
    அதை பார்த்தோம்

ஆதவன் அலறல்

கிட்ட வருகையால் வெயிலாம்
எட்டி நிற்கையில் சுகமாம்
சுட்டு எரிப்பதும் நானாம்
சுண்ட வைப்பதும் நானாம்

பொறுக்க முடியல இறைவா
வெறுப்பை காட்டுவ தாலே
தன்னந்தனியாய் நானே
தகித்துச் சாகிறேன் வீணே

கிட்ட வருவதும் பூமி
எட்டிப் போவதும் பூமி
கோடை வெயிலின் ஆதி
பூமிதான்
என்பதே நீதி!

உலக பாரம்பரிய தினம்

இயலும் இசையும்
    எங்கள் உயிரே

எண்ணும் எழுத்தும்
    எங்கள் கண்ணே

ஆலயம் என்பது
    எங்கள் பெருமை

விருந்தினர் ஓம்பல்
    எங்கள் கடமை

பனையின் ஓலையில்
    எங்கள் சரிதம்

தரணியே வியந்தது
    எங்கள் திறமை

கலைகள் எத்தனை
எங்கள் கையில்

சிலைகள் சொல்லா
உணர்ச்சியும் இல்லை

படுக்கும் பாயும்
ஓர் ஊர் கூறும்

காக்கும் பூட்டும்
எங்கென்று கூறும்

சிவக்கும் வெற்றிலை
சிறப்பு சேர்க்கும்

பலாவும் தன்னை
பண்ருட்டி சேர்க்கும்

மணக்கும் மல்லி
மதுரையை பாடும்

இனிக்கும் அல்வா
பிறந்தவூர் சொல்லும்

ஆரணி பட்டு
அழகை சேர்க்கும்

வீரத்தின் கூரை
திருப்பாச்சி தீட்டும்

புவி சார் குறிகள்
கொஞ்சமா சொல்வீர்

ஆயிரம் உண்டு
எங்கள் மரபில்

கருப்பன் ஊரின்
எல்லை சொல்லும்

ஐயனார் ஆசி
அனைத்தயும் வெல்லும்

காளையின் வீரம்
காளையால் தெரியும்

பொங்கலும் கரும்பும்
உழைப்பைச் சொல்லும்

மாமன் பெருமை
மாநிலம் பாடும்

அம்மை அப்பனே
தெய்வம் ஆகும்

சொற்கடலில் முத்தெடு

கருமேகம் புயல் சேர்ந்து கலக்கமாய் கடலை கொந்தளிக்க விட தென் குமரிக்கரையோரம் நின்று ஒய்யாரமாய் நிற்கும் வள்ளுவர் சிலையை பார்க்கும் பொழுது ..

கருமேக கவலைகள்
   உனை சூழும்
இடிமின்னல் துன்பங்கள்
   பயம் காட்டும்
ஆழ்கடலாய் சோதனைகள்
   காலை வாரும்
அடியுலகு உனையிழுக்க
   நேரம் பார்க்கும்

பொதுமறையால் வாழ்வதனின்
   முறை புரியும்
நல்லவைகள் எவையென்று
   மனம் தெளியும்
மானிடத்தின் கடமைகளும்
   நனி விளங்கும்
வெற்றி பெற்ற சான்றோனாய்
   உனை நிறுத்தும்

உலகின் முதற்குடி

ஆதி எது அறிவோமே
அறிவு கொண்டு வளர்ந்தோமே
பாதி பயின்ற பல பேரோ
பழுதாய் கதை உரைத்தாரே

ஆழி அளந்த குடி நாமே
அண்டம் கடந்து அறிந்தோமே
மீதி ஏதும் இருந்ததுவோ
உலகில் பார்க்க பொருளேதும்

அணுவைப் பிளந்து வைத்தோமே
கடல் ஏழும் திணித்தோமே
கலைகள் வகை அளந்தோமே
அதன் வரையறைகள் வகுத்தோமே

சமூக அறிவு கொண்டோமே
அதில் நம்கடமை அறிந்தோமே
உலகம் முழுக்க பரந்தோமே
தமிழை பேசும் நம் குடியே

பளிங்கு கண் பூனை

அழகு கண்கள்
    ஆளை மயக்குது
அருகில் வந்து
    வாலை ஆட்டுது
தடவிக் கொடுக்க
    கழுத்தை காட்டுது
தாவிக் குதித்து
    தடையை தாண்டுது

பசியில் கண்ணை
    பார்த்து கத்துது
பசியும் போனா
    படுத்து தூங்குது
காலில் உரசி
    பாசம் காட்டுது
மனதில் கொஞ்சம்
    பாரம் குறையுது

யானை

யானை எங்கள் யானை
காட்டில் வளரும் யானை
கரும்பை கண்டால் ஜோரு
வயிறு நிறையும் பாரு

அழகுக் கருப்பு உடம்பு
துதிக்கை சக்தி வியப்பு
முறமாய் பெரிய காது
பலமாய் நான்கு காலு

யானை எங்கள் யானை
நாட்டில் வளரும் யானை
அரசர் படையில் தானை
விரும்பி தின்னும் ஓலை

கோவில் யானை பக்தி
தெரியவில்லை சக்தி
சின்ன கயிறில் அடங்கி
மகிழ வைக்கும் மயக்கி

யானை

தெருவில் வரும் யானை
அழகாய் வயிற்றுப் பானை
ஆசி வழங்கும் ஆனை
ரசிக்கும் சிறுவர் சேனை

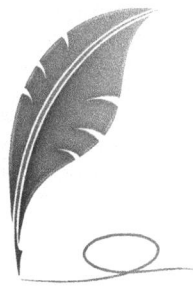

ஊஞ்சல் எனது வாகனமாம்

ஊஞ்சல் எனது
 வாகனமாம் அதில்
  உட்கார்ந்தாலே ஓர் சுகமாம்

மூஞ்சுறு வேண்டாம்
 ஏனென்றால் அது முருகன்
  அண்ணனின் வாகனமாம்

வேங்கை வேண்டாம்
 ஏனென்றால் அது ஐயன்
  சாமியின் ஆசனமாம்

தூங்கும் பூனை
 வேண்டாமே திருட்டு
  குணமும் அதற்குண்டே

வான ஊர்தியில்
 பயமாமே அதில் விளையும்
  விபத்து பயங்கரமே

ஆனை யாரும்
 வேண்டாமே துணையாய்
  பாகன் கேட்பானே

ஆகட்டும் புதிதாய்
 ஒன்றெடுப்போம் என்று
  நினைத்துக் கொண்டேனே

ஆகவே ஒன்றை
 தேர்ந்தெடுத்தேன் அதுவே
  இந்த ஊஞ்சலாம்

கூரையில் அதுவே
தொங்கிடுமாம்
குதூகலத்தில் ஆடிடுமாம்

ஊரை சுற்ற முடியாதாம்
அது ஓரிடத்தில்
ஆடிடுமாம்

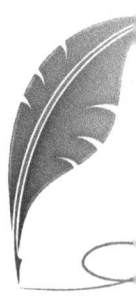

அ ஆ

அன்பு என்ற ஒன்றிலே
 அவனி அடங்கி போகுது
ஆசை அதிகம் வளர்வதால்
 அன்பு குறுகி போகுது
இதுவே போதும் என்றிடில்
 இதய பாரம் இறங்குது
ஈவதென்று நினைப்பதால்
 ஈசன் கருணை பெருகுது
உயிர்கள் எல்லாம் ஒன்றுதான்
 என்றால் உலகம் செழிக்குது
ஊழல் எல்லாம் தொலையுது
 ஊருக்குழைக்க நினைப்பதால்
எதுவும் எனது என்பதால்
 எதிர்ப்பு வந்து மிரட்டுது
ஏதும் வேண்டாம் என்றாலோ
 எல்லாம் வந்து குவியுது
ஐயம் கொண்டு செய்த வேலை
 அரை குறையாய் முடியுது
ஒன்றுபட்டால் எல்லாமே
 ஒழுங்காய் உடனே நடக்குது
ஓடி ஆடி உழைப்பதால்
 வாழ்வு உயர்வு அடையுது

தெருவிலே கொண்டாட்டம்

(அறுசீர் கழிநெடிலடி ஆசிரிய விருத்தம்)

யானை யண்ணா
   தெருவில் வரும்
      அழகு பாருங்கள்
பானை வயிற்றை
   அசைத்து வரும்
      அருகில் வாருங்கள்
பூனை போல
   ஒளிய வேண்டாம்
      வெளியில் வாருங்கள்
சேனை போல
   சிறுவர் கூடும்
      சிறப்பு பாருங்கள்
யானை யண்ணா
   பசிக்கு நாமும்
      யாது தரலாம்

தெருவிலே கொண்டாட்டம்

யானை பாகன்
   இடத்தில் கொஞ்சம்
      கேட்டு பார்க்கலாம்
அடுத்த வீட்டார்
   அரிசி வெல்லம்
      முறத்தில் தந்தாங்க
உடைத்து வந்த
   தென்னை ஓலை
      விரும்பி தந்தாங்க
யானை மேலே
   ஏற வேண்டும்
      என்ன செய்யலாம்
யானை பாகன்
   கையில் கொஞ்சம்
      காசு தரலாம்
காசு தந்தால்
   ஆனை மீது
      ஏறிடலாமே
ஆசை யோடு
   தெரு முனைக்குப்
      போய் வரலாமே !

எங்கள் சிட்டுக்குருவி

ஜன்னல் ஓரம் நின்றது
வீட்டை நோட்டம் விட்டது
பரண் மேலே கண்டது
பதுங்கும் இடம் கொண்டது

குச்சி அடியில் சேர்த்து
நார்கள் மேலே வைத்தது
சுற்றி சுற்றி வந்தது
சோறும் நெல்லும் உண்டது

தம்பி தங்கை இருவரை
சொக்கி போக வைத்தது
அம்மா அப்பா மனதையும்
கருணை கொள்ள வைத்தது

முட்டை போட்ட நாட்களில்
கீச் கீச் சப்தம் நின்றது
கொஞ்ச நாட்கள் போனது
புதிதாய் சப்தம் கேட்டது

அப்பா மேலே கண்டது
குருவி குஞ்சு மூன்றினை
மின் விசிறி நின்றது
இரவும் ஜன்னல் திறந்தது

பத்து நாட்கள் சென்றது
குஞ்சும் தத்தி வந்தது
குட்டி தங்கை சிரித்தது
தம்பி கண்கள் விரிந்தது
தத்தி வெளியே வந்தது
காக்கை கண்கள் பட்டதால்
அம்மா மனது பயந்தது

கொஞ்ச நாட்கள் சென்றது
குஞ்சும் நன்றாய் வளர்ந்தது
பயமும் நன்றாய் தெளிந்தது
பறந்து எங்கோ சென்றது

சேர்

வீட்டில் இருந்து
    கிளம்பி
அக்கம் பக்கம்
    அழைத்து
ஏற்றம் காண
    விழைந்து
வரிசை ஒன்று
    இணைந்து
குறியை நோக்கி
    நகர்ந்து
தன்னால் முடிந்த
    எடைக்கு
தோளில் ஏற்றி
    சுமந்து
வழியை பிறர்க்கு
    பகர்ந்து
நடை பயணம்
    தொடர்ந்து
வருகின்ற மழைக்கு
    பயந்து

சேர்

கொண்டு சேர்த்தது
உணவு
அதன் பெயரோ
எறும்பு

ரேக்ளா

பறக்கும் மாட்டு வண்டிகளின் மறுபெயர்

நோக்கும் எல்லை கடக்க
வேணும் வழிய விடுங்க

ஊக்கி இல்லா இயற்கை
உணவு உண்ட மாடுங்க

சோக்கா சாலை பறந்து
ஓடும் பார்க்க வாருங்கோ

தேக்கு போல இழைச்ச
ஒடம்பு கொண்ட மாடுங்கோ

ஆக்கை ஓடும் குருதி
கூட சேர்ந்த வீரம்கோ

ஜோக்கு இல்லே இந்த
போட்டி எங்கள் மானங்கோ

ரேக்ளா வண்டி போட்டி
இது எங்கள் பெருமைங்கோ

பல்லாங்குழி ஆட்டம்

சோழி ஒலி கலகலக்க
பாவை மனம் படபடக்க
தோழி உடன் இணைத்திருக்க
தொடங்கியதே ஓர் ஆட்டம்

குழி ஏழு ஒருவருக்காம்
சோழி ஐந்து ஓர் குழிக்காம்
கணக்கை மனம் நினைத்திருக்க
கைவிரலும் நெகிழ்ந்தெடுக்க
வளையோசை கலங்கடிக்க
வழித்தெடுக்கும் சோழியெல்லாம்
தனம் போல சேர்ந்துவர
பசு வந்து பாதியிலே
பரிசாக வந்ததம்மா
ஆழி தந்த சோழியிலே
தோல்வியிலும் சிலிர்த்தெழும்ப
நாளதுவும் போனதம்மா
பல்லாங்குழி ஆட்டமம்மா

நிலாச் சோறு

சித்திரை மாத பௌர்ணமியில் சுற்றமுடன் ஒற்றுமையில் கரைந்த நேரம்

பௌர்ணமி நாள் மாலை நேரம்
நிலமும் மஞ்சள் போர்த்த நேரம்
தண்ணீரில் தடம் பதித்து
விண்ணில் வந்த பொன் நிலவு

புவிக்கு நெருக்கம் கூடி போச்சு
கண்ணில் கோளம் பெரியதாச்சு
அல்லி இதழ் விரிந்தாச்சு
தென்னங் கீற்று அழகாச்சு

பந்தம் கூடி அமர்த்தாச்சு
அமுதும் தட்டில் பகிர்ந்தாச்சு
சிரிப்பும் பேசசும் நிறைவாச்சு
நிலாச்சோறால் இணைந்தாச்சு

எது இசை ?

நிசப்தம் நிறைந்த அறை

அறையின் பெயரோ இசை

கம்பிகளுடன் சில கட்டைகள்

மாட்டு தோலின் மூடிய குழிகள்

ஓசை எழுப்பிடும் உலோகம்

காற்றை உறிஞ்சும் வாய்கள்

காற்றை தப்பிக்க ஓட்டைகள்

பூட்டி கிடந்த அறைக்கும்

இசைக்கும் என்ன தொடர்போ

பிறகு வந்தனர் வித்தகர்

தமிழ்க்காடு

பெற்றது அறையும் புத்துயிர்

வீணை ஆனது ஒன்று

தவிலும் ஆனது ஒன்று

புல்லாங்குழலாம் ஒன்று

நாயினம் என்றும் ஒன்று

உடுக்கையும் துடியும் ஒன்று

சுருதி பெட்டியும் ஒன்று

மோதலும் மீட்டலும் துவங்க

காற்றும் அதிர்வை விழுங்க

பிறந்தது புதிதாய் இசை தான்

மறந்தது உயிர்கள் பசி தான்

இசை

வண்டின் ரீங்காரம் இசை
உண்டி குலுக்கலும் இசை
இலையின் சலனமும் இசை
உலை கொதித்தலும் இசை

மயில் அகவலும் இசை
குயில் கூவலும் இசை
நரி ஊளையும் இசை
பரி கனைத்தலும் இசை

துள்ளும் சாரலும் இசை
அந்த பேய் மழை இசை
வான இடி ஒரு இசை
புயல் காற்றிலும் இசை

ஓடை ஒலிப்பதும் இசை
ஆற்றின் சலனமும் இசை
அருவி கொட்டுவ திசை
அலை ஆர்பரிப் பிசை

உரல் ஆட்டலும் இசை
அம்மி அரைத்தலும் இசை
தயிர் மத்தினில் இசை
முறம் புடைத்தலில் இசை

கல் ஆட்டத்தில் இசை
கோலாட்டமும் இசை
பாண்டி சோழியில் இசை
கில்லி அடிப்பதில் இசை

யானை மணியோசை இசை
காளை வண்டியின் இசை
பாப்பா நடை வண்டி இசை
ஆம்புலன்ஸ் அலறலும் இசை

அப்பா அதட்டலும் இசை
அம்மா அறிவுரை இசை
தங்கை சிணுங்குவ திசை
தம்பி அழுவதும் இசை

மெட்டி ஓசையும் இசை
ஜிமிக்கி ஆடுவதிசை
வளையல் குலுங்குவதிசை
கொலுசு சிணுங்குவதிசை

கொசு ரீங்காரம் இசை
முனி ஓங்காரம் இசை
மூங்கில் காட்டினில் இசை
தேனீ கூட்டத்தில் இசை
வசை பாடவும் இசை
அசை போடவும் இசை
மன மகிழ்ச்சியில் இசை
மன முறிவிலும் இசை

உறங்க வைக்கவும் இசை
கிறங்க வைக்கவும் இசை
இறை மார்க்கத்தில் இசை
இறை ஆனதும் இசை

ஒரு குயிலின் கீதம்

ஓர் இசை நங்கையின் குரல் வயல் வரப்பில்
செவியில் விழும் போது ..

வாடைக் காற்றினில்
    வண்ணங்கள் சேர்ந்ததோ

ஓடையின் ஓசையில்
    எண்ணங்கள் கலந்ததோ

பாவையின் பாடலில்
    பயிர்களும் பூத்ததோ

சோலையின் குயில்களும்
    கூட்டமாய் வந்ததோ

பாடலின் மயக்கத்தில்
    பூத்ததும் காய்த்ததோ

காய்த்ததும் அழகினை
    தன்முன்னே கண்டதோ

ஒரு குயிலின் கீதம்

கண்டதும் நாணியே
  தலையதை சாய்த்ததோ

சொல்லடி தோழியே
  சொர்கமே இதுவன்றோ

ஒத்தையடிப் பாதை

கிராமத்து வாழ்க்கையை பின்னிப் பிணைந்த
நடை பாதைகள் எத்தனை..

எறும்பூர கல் தேயும்
கால்நடக்க வழி தோன்றும்
வழி பார்த்து பலர் நடக்க
வெண்பாதை அழகாகும்

நேர்கோடாய் வந்ததில்லை
நெடும் தூரம் அசதியில்லை
நேரம் போனால் தெரிவதில்லை
கால்கள் என்றும் அசரவில்லை

ஊரை சுற்றி வலைக்கோடு
எங்கள் கிராம கலைக்கோடு
சீவன் வாழ தொடுகோடு
எல்லையம்மன் துணையோடு

தை மகளே வருக

மார்கழி மாத பல்வேறு நிகழ்வுகள் முடிவுற்று
தை பிறக்கும் அதிகாலை நேரம்

மார்கழி பனி மழை
    மங்கலமாய் முடிந்ததம்மா
ஐயன் சபரி மலை
    தரிசனம் கனிந்ததம்மா

விடியல் கோலங்களும்
    வண்ணமாய் கடந்ததம்மா
சேவண்டி மணியோசை
    நேற்றுடன் நிறைந்ததம்மா

காதில் திருப் பாவை
    தினமும் கேட்டதம்மா
திருவெம்பாவை கூட
    இன்னும் கேட்குதம்மா

ஆண்டாள் அடக்கி வைத்த
    ஆசைகள் நடந்ததம்மா

ஆண்டவன் அருளும் இங்கே
ஆனந்தம் சேர்தத்தம்மா

மங்கள நிகழ்விற்கெல்லாம்
நாளும் வந்ததம்மா
தை திரு மகளே நீ
செழிக்கவே வந்திடம்மா

குறுகுறுத்த பார்வையிலே

குறுகுறுத்த பார்வையிலே
கோழிக்குஞ்சு மண் கிளற
வெலவெலத்து போன புழு
வேகமாக கீழிறங்க
கோழிக்குஞ்சும் இடம் மாறி
கொத்தும் பார்வை அழகாச்சு

விடியல் தூக்கம் விடைபெறவே
துள்ளி கால் குதியல் போட்டு
குறுகுறுத்த கன்றின் கண்ணும்
மடி தேடி தாய் சேர
பசுவின் கண்ணில் அன்பு கொட்டி
விழி முழுக்க அழகாச்சு

உறியடிக்க கம்பு சுற்ற
செவி விழுந்த என்னவள் சொல்
குறி அறிந்து அடித்து விட
கண்கட்டு எடுத்த வேளை
குறுகுறுத்த பார்வையிலே
என் மனமும் பொடியாச்சு

கிராமத்து உணவு

மண் சட்டி பானையில்
ராவெல்லாம் புளிச்ச சோறு
தூக்குசட்டி குலுங்கி வந்து
வெங்காயம் கூடலாகி
வயிறு குளிர கீழிறங்கி
காலை உணவு முடிஞ்சதுங்கோ

பருப்பு சேர்த்து பக்குவமாய்
மத்து வச்சி கடைஞ்ச கீரை
ஆசையோடு பொங்கி வச்ச
அழகு வெள்ளை வரகுசோறு
மொச்சை பயிறு பொரியலோடு
உச்சி வேளை முடிஞ்சுதுங்கோ

உளுந்த மாவு அரிசி சேர்ந்து
வெல்லப்பாகு கொஞ்சம் ஊற்றி
நல்லெண்ணெய் சிதறல் பட்டு
ஏலக்காய் வாசம் கூடி
உளுந்தங்களி கையில் வர
இரவு உணவு முடிஞ்சதுங்கோ

காதல் சொல்ல வந்தாயோ

வண்ணத்தோகை விரித்து
நாட்டியமாய் கால் ஆடி
பேடை மயில் கவர்ந்திழுத்து
காதல் சொல்ல வந்தாயோ

கொக்கரக்கோ கூவலிட்டு
கூரை மீதி நடை நடந்து
கிளறி எடுத்த புழுவோடு
காதல் சொல்ல வந்தாயோ

குக்கூன்னு கூவி கூவி
மாமரத்து கிளை தாவி
பதில் பார்த்து குயிலாக
காதல் சொல்ல வந்தாயோ

உனக்கென்று ஒரு திறமை
உலகத்தார் பார்க்க வைத்து
என் உள்ளம் கொள்ளையிட்டு
காதல் சொல்ல வந்தாயோ

அச்சு வெல்லம்

பச்சை தோகை சாய்ந்து நிற்க
செந் தண்டு நீண்டு நிற்க
பருவம் வந்த கரும்பும் இங்கே
அறுவடை நாள் சொன்னதடி

வயலில் வெட்டி வண்டி ஏறி
சக்கை நீக்கி பிழிந்த சாறும்
பக்குவமாய் பாகும் ஆகி
அச்சில் ஊற்றி காய்ந்ததடி

அச்சு வெல்லம் நாவில் பட்டு
அழுத புள்ள சிரிச்சதடி
களியும் வெல்லத் துண்டும் சேர்ந்து
அமுதம் போல இனிச்சதடி

அம்மன் முன்பு வச்ச பொங்கல்
ஆசி கொண்டு சேர்த்ததடி
மாலை மாற்ற நிச்சயித்த
மாற்றுத் தட்டில் மணந்ததடி

அரசமரத்தடி

ஊரணிக் கரையினிலே
ஒய்யாரமாய் வளர்ந்தவனே

கவர்ந்து வந்த கணபதியை
மடியினிலே கொண்டவனே

சலசலக்கும் இலையினிலே
சங்கீதம் தருபவனே

ஆடும் மாடும் ஓய்வெடுக்க
கதிரவனை மறித்தவனே

குயிலும் கிளியும் பாடிடவே
கிளையில் இடங்கொடுத்தவனே

பேசிப்பேசி பொழுதோட்டும்
பேதைகளைக் கண்டாயோ

காதல்மொழி கலந்துவிட்ட
காற்றின் வாசம் கொண்டாயோ

களைத்து வந்த உழவனுக்கு
தூக்கம் தந்து நின்றாயோ

துக்கம் தீர அழுது வைத்த
பித்து மனம் அறிந்தாயோ

புத்தி கொள்ள வாசம் செய்த
புத்தர்களை அறிவாயோ

சத்தியத்தின் தீர்ப்புகளை
சாசனமாய் பகர்ந்தாயோ

அரச மர அடி உன் போல்
அரசன் மடி ஆகிடுமோ

ஆறும் ஊரும்

ஆறோடும் மண்ணில் எங்கும் நீரோடும்

நீரோடும் மண்ணை கீறி ஏரோடும்

ஏரோடி மண்ணும் இங்கே சேராகும்

சேரோடு சேர்ந்து நெல்லின் வேரோடும்

வேரோடி நெல்லும் காய்த்து சாய்ந்தாடும்

சாய்ந்தாட உழவன் நெஞ்சம் கூத்தாடும்

கூத்தாடும் மனதில் இறைவன் பேரோடும்

ஊர்கூடி பொங்கலுக்கு நாள் பார்க்கும்

நாள் வந்து ஊருமிங்கே மெருகேரும்

தாரோடு வாழை நின்று மகிழ்வாகும்

மகிழ்வான உள்ளம் சேர்ந்து ஊராகும்

ஊரோடு வாழும் வாழ்வு சீராடும்

குயில்

தேனின் சுவையந்த
    தென்றலுடன் சேர்ந்ததுவோ
கானம் எதிரொலிக்க
    கானகமும் கேட்டதுவோ
கேட்ட மயில் ஆட
    தோகை விரித்ததுவோ
தோகை எழில் பார்த்து
    கண்கள் விரிந்தனவோ
அணிலும் இசை கேட்டு
    பேச்சை நிறுத்தியதோ
கரையும் காகமும் தன்
    கத்தல் முடித்ததுவோ
இணையை எதிர் பார்த்து
    குயிலும் கூவுதிங்கே
எதிரில் குரல் கேட்ட
    இணையும் கூவுதங்கே
கான மழை கேட்டு
    மாமரமும் நின்றதிங்கே
காற்றும் இசை சுமந்து
    இயற்கை வென்றதங்கே

கருவேலங்காடு

சுண்ணாம்பில் தோய்த்தெடுத்த முட்கள் !
மஞ்சளிலே முழ்கவைத்த பூக்கள் !
பொடிதாய் கரும் பச்சைத் தழைகள் !
முறுக்கேரி கருவேலங் காடுகள் !

வெள்ளாடு விரும்பியுண்ணும் இலை !
வெள்ளேடு ஒட்டவைக்கும் பசை !
நெற்றினிலே கலகலக்கும் விதை !
சலங்கையாக சிறுமியர்க்கு இசை !

கண்மாயின் கரைதாண்டி வாசம் !
ஒதுக்கிவிட்ட இடமே உன் நேசம் !
கரு மணலில் நீரோடும் சுவாசம் !
வெடித்தமணல் பாலைகூட தேசம் !

கருவக்காய் இடித்தெடுத்த சொட்டு !
கண்ணாடிபோல் நிழலாடும் பொட்டு !
கிராமத்து வாழ்வோடு ஒட்டி ,
கருவேலங்காடு வாழும் கெட்டி !

ஊரோரம் புளியமரம்

சாலையின் ஓரமாய்
வரிசையில் நின்று
ஊருக்கு வேலிபோல்
வளர்ந்திட்ட கன்று

பள்ளிசெல் பாதையில்
எடுத்திட்ட பிஞ்சு
கொளுந்து இலைகளை
சுவைத்திட்ட நெஞ்சு

புத்தகப் பையில்
பதுக்கிய செங்காய்

மொத்தமாய் காய்க்கையில்
உலுக்கிய பழமாய்

ஞாயிறு போனது
உன்நிழல் போர்வையில்
ஆழமாய் நின்றது
என்மனப் பார்வையில்

சேவல்

இராச கிரீடம்
 இராட்சச அழகு
எதிரியின் இரத்தம்
 தோய்த்தால் சிகப்பு

எத்தனை வண்ணம்
 உன்னில் கொண்டாய்
பெற்றவர் கண்ணே
 படும்படி நின்றாய்

உந்தன் எல்லை
 உனக்குத் புரியும்
மாற்றான் வந்தால்
 விரட்டிட தெரியும்

உந்தன் குடும்பம்
 காப்பதில் வீரன்
கழுகும் பாம்பும்
 எதிர்ப்பதில் சூரன்

காலையை குரலால்
 எழுப்பிய வேளை
வேலையை துவக்குது
 உலகமே நாளை

கந்தனின் காலடி
 உனக்கொரு சோலை
எந்தனின் மனதினில்
 உனக்கொரு மாலை

புவியீர்ப்பு

வாரிசைச்
    சுமந்த பழம்
காக்கையை
    பழி சுமத்தி
மண்ணில்
    தடம் பதிக்க
காற்றை
    கிழித்துக் கொண்டு
அசுரனாய்
    தரை இறங்க
இடையிலே
    வந்த ஒருவன்
தலையிலே
    அதனை வாங்க
அம்மா
    என்ற கத்தலுடன்
அண்ணாந்து
    மேலே பார்க்க
தெரிந்தது
    வண்ணம் நூறு !

சகுனம்

பூனையும் சகுனம் பார்க்குமோ ? யார் அறிவர் ?

ஓடி வந்த
பூனையின்
குறுக்கே வந்தேன்
தற்செயலாய்...

நாடி நின்றேன்
இறைவனிடம்
அதன்
மேற்கருணை ...

நிலா மதி சந்திரன்

வடை சுட பாட்டிக்கு இடம்
சடை முடி சிவனிடம் தடம்

விடை காண முடியாத கலம்
அடை போல அழகான தளம்

தடை போட இயலாத ஒளி
நடை பயில் மழலைக்கு களி

அழகென்று முகமான ரதி
அறிவென்று பெயரான மதி

குட்டிப்பூ

இயற்கையின் மடியில் இயந்திரங்கள் அமரும்போது என்னென்ன உணர்ச்சிகளும் உணர்வுகளும் அழியும் ?

வைகறை
வாடைக் காற்று
பனி போர்த்திய புற்கள்
தூரத்து குயிலின் கீதம்

குட்டி வெண்பூ
உலகம் பார்த்தது

பக்கத்து புற்கள்
பாசமுடன் தோள் கொடுக்க

தூரத்து கோரைகளுக்கு
முத்தத்தை
பறக்க விட்டது

அண்ட ஓரத்தில் உதித்த

சூரியனுக்கு
நன்றி சொல்லி
காற்றினில்
தூதனுப்பியது

புற்களின் அலை நடனம்
புள் ஒலியில் இசைந்தோட
மெய் மறந்த வேளை

தூரத்தில் ஒரு பொருள்
தன்னை நோக்கி
வந்துகொண்டே இருந்தது

இப்போது தூரத்து
அலைகள் மட்டுமல்ல
புற்களும்
காணாமல் போக

மரணபயத்தில்
கத்துவதற்குள்

புல்வெட்டி
வேலையை முடித்தது

தூது

தூது அனுப்ப யாரை வேண்டலாம். அவருக்கும் ஒரு தூது தேவையா ?

சொல்ல வேண்டும்
நெஞ்சின் கனம்

செல்ல வேண்டும்
வஞ்சி யிடம்

அழகாய்ச் சொல்லிட
அன்னமே வாராயோ

கொஞ்சலாய்ச் சொல்லிட
கிளிகளே வாராயோ
கண்டிப்பாய் சொல்லிட
காகமே வாராயோ

ஒன்றொன்றாய் சொல்லிட
எறும்புகள் வாராயோ

தூது

வருத்தங்கள் சொல்லிட
    வண்டுகள் வாராயோ

அன்பைச் சொல்லிட
    அன்றிலே வாராயோ

மொத்தமும் சுத்தமாய்ச்
    சொல்லிட யார்யாரோ

தமிழே நீ அத்தூதர்க்கு
    தூது தான் செல்வாயோ

ஒன்றை முயல்வாய்

படைப்பவனெல்லாம் இறைவனல்ல . உணர்ந்தால் சரி !

முட்டையும் கோழியும்
இரத்தமும் இதயமும்
நரம்பும் முடியும்
எலும்பும் தோலும்
மயிலின் தோகையும்
மானின் கொம்பும்
யானையின் தந்தமும்
சிங்கப் பற்களும்
கழுகின் பார்வையும்
மீனின் செதில்களும்
கங்காரு பைகளும்
கிளியின் இறகும்
பாம்பின் விஷமும்
பன்றியின் கொழுப்பும்
சேவலின் கொண்டையும்
நாரையின் கால்களும்
வாழையும் தாழையும்

ஒன்றை முயல்வாய்

மல்லியும் அல்லியும்
விதையுனுள் மரத்தையும்
வைத்தவன் வித்தகன்
மந்திரம் அல்லவே

மனிதனே

இவற்றினுள் ஒன்றனை
படைக்கவும் முடிந்திட்டால்
இறைவனாய் நீ இரு
அதுவரை பொறுத்திரு
அழிப்பதை நிறுத்திடு

இரவு மழை

பஞ்சு முகில் விஞ்சும் எழில்
குளிர்வளியை தழுவ

நஞ்சை நிலம் இஞ்சி பயிர்
குளிர் மழையில் நனைய

துஞ்சும் புவி அஞ்சும்படி
மின்னல் இடி முழங்க

வஞ்சி விழி மஞ்சள் முகம்
நெஞ்சில் பயம் உறைய

பிஞ்சு மகன் கொண்ட துயில்
பஞ்சணையில் போச்சே

மெதுவாய் இரவின் நிழல்...

ஆதவன் அந்தி சாய்ந்தனன்
ஆம்பலும் இதழை மூடின

பறவைகள் கூடு திரும்பின
பரவையும் ஆர்த்து எழும்பின

சந்திரன் துள்ளி எழுந்தனன்
சப்தங்கள் மெல்ல குறைந்தன

விளக்குகள் கண்ணை சிமிட்டின
விட்டில்கள் விளக்கை தேடின

முல்லையும் பூத்து சிரித்தன
மின்மினி வெளிச்சம் போட்டன

விண்மீன்கள் கண்ணை திறந்தன
வவ்வால்கள் வானில் திரிந்தன

இல்லாமல் வெளிச்சம்
போனது
சொல்லாலே இரவு ஆனது

பாம்புகள் பசிக்கு அலைந்தது
மாந்தர்கள் வீடு திரும்பினர்

காதலும் கசிந்து வழிந்தது
கனவுகள் துணைக்கு கிடந்தது!

ஏழை

பட்டாசுக்கும் சிரிப்பு
பட்டாடைக்கும் சிரிப்பு

தட்டான் பிடிக்க சிரிப்பு
குட்டை பயலால் சிரிப்பு

நெட்டை உருவம் சிரிப்பு
சட்டை கிழிந்தால் சிரிப்பு

சுட்டித் தனமும் சிரிப்பு
வெட்டி தனமாய் சிரிப்பு

ஒட்டுத் துணியில் சிரிப்பு
ஓட்டுப் போடவும் சிரிப்பு

மொட்டைத் தலைக்கும் சிரிப்பு
பொக்கை வாய்க்கும் சிரிப்பு

வழுக்கி விழுந்தால் சிரிப்பு
அழுக்கு சட்டையால் சிரிப்பு

ஒழுகும் மூக்கால் சிரிப்பு
எழுத்துப் பிழைக்கும் சிரிப்பு

ஓட்டை விழுந்த வீட்டில்
ஏழையின் அந்த சிரிப்பு

தமிழின் காலடி

கீழடி சொன்னது
உங்கள்
இன்றைய நாகரீகத்தின்
காலடியே
நாங்களென்று !

துளிர்த்தலே உயிர்

ஓடி ஒளிந்த வாய்ப்பை
நாடித் துளிர்த்த தேடல்

வெட்டி ஒதுக்கிய உறவை
தட்டித் துளிர்த்த பாசம்

தொட்டுத் தழுவிய தோல்வி
எட்டித் துளிர்த்த வீரம்

கோடையில் தெரிந்த சிறு
முகிலின் பேய் மழை

நம்பிக்கை என்னும் உரத்தில்
வேர் விட்டு துளிர்க்கும் உயிர்

பிறந்தேன்

(கலித்தாழிசை)

வைகறை மெல் ஒளி
மேனியில் சில் வளி
தூரமாய் புள் இசை
ஆரம்பம் நம் கதை
மஞ்சளால் பொன் முகம்
கால்களில் மென் சரம்
தந்தமாய் வெண் கரம்
கைகளின் பொற் கலன்
இட்டது பல புள்ளி
சேர்த்தது சில கோடு
வளர்ந்தது எழில் வளைவு
பிறந்தேன் நான் ஓ "கோலம்"

கான்கிரீட் பூக்கள்

தும்பை பூ போல்
 அப்பாவின் சட்டை
முல்லைப் பூ போல்
 அம்மாவின் சிரிப்பு
தாமரை பூ போல
 அக்காவின் முகம்
ரோஜாப் பூவாய்
 பாப்பாவின் கரம்
வாடாமல்லியாய்
 அன்னையின் அன்பு
மல்லிகைப் பூவாய்
 மெதுமெது இட்லி
அத்தி பூத்தது போல்
 அப்பாவின் சிரிப்பு

அப்பப்பா

கான்கிரீட் உலகிலும்
எத்தனை பூக்கள்

களையெடுக்கும் கன்னிப்பெண்ணே

பள்ளிப் படிப்பென்றாலும் பொறுப்பு யாரை விட்டது.

பள்ளி முடித்த விடுமுறையில்
சுள்ளி எடுத்து திரிந்த கால்கள்
வெள்ளி வெயில் தலை இறங்க
துள்ளி வயல் இறங்குதம்மா

களைகள் கண்ணில் விழுந்து விட
வளையல் கைகள் முறுக்கேறி
விரல்கள் இடையே சுருக்காகி
வேர்கள் வெளியே வீழ்ந்ததம்மா

குனிந்து பறிக்கும் களை உணர்ந்து
கனிந்த குரலால் செவி குளிர்ந்தாய்
திரிந்து போன மாந்தர் 'களை'
நிமிர்ந்து பறிக்கும் கலையறிவாய்

களை எடுத்த பயிர் செழிக்கும்
பிழை எடுத்த மனம் ஜொலிக்கும்
குலம் செழிக்க வழி கிடைக்கும்
குலதெய்வம் கூட நிற்கும்

தூக்கமது கைவிடேல்

உழைப்பிற்கு இடையே தூக்கமும் அவசியம் தானே

ஆக்கமது பல முடித்து
    நாளெல்லாம் உழைத்தவுடன்
ஊக்கமுடன் விழித்தெழவே
    தூக்கமது கைவிடேல்

தீக்கல்லாய் நெஞ்சில் விழும்
    வேண்டாதார் வஞ்சனையின்
தாக்கத்தின் மீண்டெழவே
    தூக்கமது கைவிடேல்

காக்கும் மருந்தின் வீரியமும்
    நோய் போக்க வேண்டுமெனில்
தேர்வு செய்த உணவோடு
    தூக்கமது கைவிடேல்

நோக்கம் சிதறி போகையிலே
    ஏக்கம் கொண்ட நெஞ்சமதில்
ஊக்கம் ஊட்ட செல்களுக்கு
    தூக்கமது கைவிடேல்

அந்தி மாலைப் பொழுது

கிராமத்து வாழ்க்கையில் பகலவன் மேற்கே மறையும் முன்னே

ஏர் பிடிச்ச கையோடு
    நீர் பாய்ச்சி முடிந்த வேளை
ஊர் திரும்ப காளையொடு
    சேர் ஒதுங்கி நடந்த வேளை

தூரத்து குயில் கூவி
    துணையோடு சேர்ந்த வேளை
கருவேல மரப்பூச்சி
    காது வரை கத்தும் வேளை

ஊரணியில் குளித்தவரும்
    கரை ஏறி திரும்பும் வேளை
கரை ஓர கணபதிக்கு
    அந்தி மாலை பூசை வேளை

அந்தி மாலைப் பொழுது

கார் கூந்தல் பிடி இறுக்கி
   பூ முடிச்சு மகிழ்ந்த வேளை
ஏர் பிடித்த கைகளுக்கு
   சோறாக்கி நெகிழ்ந்த வேளை

பனைமர நிழல்

மேலை நாட்டிற்கு சென்ற மகனின் பணம் அன்பை தருமா ?

வச்சவன் தின்பான்னு
　யாரும் இங்க சொல்லலியே
மரமுன்னு சொன்னாங்க
　நெழல மட்டும் காணலியே

சீமைக்கு போன புள்ள
　கண்ண விட்டு மறையலியே
கண்ணுக்குள்ள இருந்தாலும்
　அன்பு பாசம் தெரியலையே

அவன் அனுப்பும் காசெல்லாம்
 ஏது செய்ய புரியலேயே
பணத்துனால பாசம் வாங்க
 கடை எதுன்னு விளங்கலையே

வானத்த தொட்டு அவன்
 வளர்ந்து எங்கோ போனானே
பனை மரத்து நெழல் தேடி
 நானும் நொந்து போனேனே

நாட்டுப்புற நேரம்

வெள்ளி முளைத்த நேரம் முதல் அந்தி சாயும் வேலை வரை ஒருநாள் கிராம வாழ்வு

விடியலிலே
   சேவல் கூவ
மாடை கன்று
   தேடி வர
வாசலிலே
   கோலம் இட
பழைய கஞ்சி
   பசி ஆற்ற

கழனி பார்த்து
    கால் நடக்க
வாய்க்கால் தண்ணீர்
    சலசலக்க
வரப்பில் கொக்கு
    காத்திருக்க
காளை மாடு
    உழுது விட
உச்சி வெயில்
    வருத்தெடுக்க
வஞ்சி கம்பங்கூழ்
    கொடுக்க
உழைத்த உயிர்
    பசி அடங்க
அந்திசாய
    போகுமுன்னே
பச்சை கிளி
    படபடக்க
குயிலும் தூர
    இசை கொடுக்க
ஆடு மாடும்
    வீடு வர
திரி விளக்கு
    ஒளி பாய்ச்ச

கோவில் மணி
    கொட்டடிக்க
பூசையோடு
    பொங்கல் தர
பிள்ளைகளும்
    ஓடி வர
அம்மன் சாமி
    ஆசி தர
பாட்டி வீட்டில்
    கதையை சொல்ல
கைச்சோறு
    வாயில் இட
நிலவும் இதை
    பார்த்திருக்க
ஆந்தை அருகில்
    ஓலமிட
நாயும் காவல்
    காத்திருக்க
கிராமத்து
    வாழ்வினிலே
முடிந்ததம்மா
    ஓர் நாளே !

உழவனே இறைவன்

அதிகாலை தேநீர்
    மேசை வர
குதிகாலும் தேய்ந்தோடி
    உழைத்தவன் யார்
சுடுசோறும் சுவையாக
    தட்டில் வர
சுடுவெயிலில் சுருங்கியுடல்
    காய்ந்தவன் யார்
அழும் குழந்தை
    பசியாறி சிரித்திடவே
களம் காத்து பசிமறந்து
    களைத்தவன் யார்
திறன் கொண்டு
    கணினியிலே கரம் உயர்த்த
உரம் கொண்ட கழனியிலே
    உழுதவன் யார்
உயிர் வருத்தி
    உழைத்தவனாம் உழவனவன்
பயிர் காத்து உயிர்
    காக்கும் இறைவனவன்

மூடையில் கிழிசல்

உயிர் கொடுத்து உருவாக்கும் உணவுகள் சரியான இடம் சேர்கிறதா ?

தன்னுயிர் போல் உன் பயிரை
தாங்கியவன் அறிவானோ

பொன்மணி போல் உனை காத்த
உழவனவன் அறிவானோ

களத்து மேட்டில் உனை காத்த
பைங்கிளி தான் அறிந்திடுமோ

வண்டியிலே ஊர் சேர்க்க
கண் விழித்தான் அறிவானோ

உமி பிரிந்து சோறாகி
பசியாற்றப் பிறந்தவனே

வழி தவறி நெல்லாக
வீதியிலே உதிர்ந்தவனே

சிந்தியதால் வீண் போன
சின்னஞ்சிறு நெல் மணியே

ஊரு விட்டு ஊரு வந்து

இளம் வயதில் குடும்ப பொறுப்பேற்று ஊர் துறந்து இளமை வருத்தி, பெயர் எடுத்து, பொருள் சேர்த்து திரும்பும் உயிர்

மூணு வருஷம் பொய்ச்ச மழை
யாரு செஞ்சா இந்த பிழை

கழனி எல்லாம் தரிசாச்சு
கண்மாய் தரை பொளந்தாச்சு

குடும்ப கஷ்டம் பெரிதாச்சு
அடகு கடை வளர்ந்தாச்சு

அக்கா தங்கை திருமணமாம்
அடகு வச்ச பொன் நிலமாம்

ஒத்த மகன் சொத்தாக
என் தலையில் விழுந்தாச்சு

தமிழ்க்காடு

பட்டணத்து மாமா பேச்சில்
ஊரு விட்டு வந்தாச்சு

இளமை மொத்தம் அடகு வச்சு
வணிகம் செஞ்சு வளர்ந்தாச்சு

பெத்த கடனை அடைச்சாச்சு
சொத்து கொஞ்சம் சேர்த்தாச்சு

வயசும் கொஞ்சம் ஏறி விட
வெள்ளை முடி முளைச்சாச்சு

அம்மன் என்னை அழைச்சாச்சு
ஊர்க்கோவில் மெருக்காச்சு

ஊர்தலைமை பொறுப்பாச்சு
என் நடையும் மிடுக்காச்சு

வாழ்க்கை பாதை

ஒரு காரிகை தன குடும்ப சுமையை தனியாக
நின்று நிமிரச் செய்ய நிர்பந்தம் வரும் போது
வீண் வம்புகள் துவம்சம் ஆகுமே...

கத்தியையும் புத்தியுடன்
தீட்டி விட்டேன்
பத்திரமாய் கையிலதை
எடுத்து விட்டேன்

முளைவிட்ட களைகளையே
   அறுத்து விட்டேன்
முதிர்ந்திட்ட கதிர்களையும்
   பறித்து வந்தேன்

நல்லவற்றை காப்பாற்ற
   துணிந்து வந்தேன்
தீயவைகள் ஓடோட
   விரட்டி வந்தேன்

வாய்ச்சவடால் வீணர்களை
   விரட்டி விட்டேன்
வழிகாட்டும் சான்றோரை
   வணங்கி நின்றேன்

தாயம் ஒன்று

வாழ்க்கையின் விளிம்பிலும் நற்றுணை இருந்தால் யாருக்கு தான் மீண்டும் துவங்க ஆசை இருக்காது

பரமபத வாழ்வினிலே
   சொர்கவாசல் பக்கமிருக்கு
அரங்கேசன் அருளினிலே
   மேல்வாசல் திறந்திருக்கு

அரியாசனம் சரிபாதி
   கொண்டதெல்லாம் நினைவிருக்கு
இரட்டைமாடு வண்டி இழுத்து
   உடலிங்கே சோர்ந்திருக்கு

ஆடி வந்த ஆட்டமெல்லாம்
   நினைவினிலே ஓடி வருது
பாட்டன் பாட்டி ஆன கதை
   பரவசத்தில் கண்ணில் படுது

வாழ்ந்த காலம் மறுபடியும்
வாழ்வதற்கு ஆசையிருக்கு
பெரிய பாம்பு கொத்தி மீண்டும்
தாயம் போட ஆசையிருக்கு

ஒத்தையடி பாதையிலே

மணநாள் முடிந்த மறுநாள் தனிமையில்
இணையாக சிறு நடை பயணம்

கருத்தம்மா வெள்ளையப்பன்
கைகோர்த்து நடக்கையிலே
குறும்பு பார்வை அழகாச்சு
மனசும் ஒன்றாய் சேர்ந்தாச்சு

நேற்று முடிந்த திருமணமாம்
இன்று குறும் பயணமம்மா
சொல் தேடி இருமனமாம்
கண் கலந்து பேசுதம்மா

குயில் ஓசை தென்றலிலே
சோலைக் கிளி பக்கத்திலே
ஒத்தையடி பாதையிலே
நினைவெங்கோ சொர்கத்திலே

என் தங்கை

பட்டுக் கரம்
    சுட்டித்தனம்
மெட்டுக்குரல்
    சுட்டும் விழி
கெட்டி மதி
    கத்தும் கிளி
மொட்டு விழி
    ரெட்டை சுழி

தளிர் மனம்
    வெளிர் நகை
துளிர் அகம்
    ஒளிர் முகம்
மலர் இதழ்
    புதர் சிகை
எந்தன் பிரதி
    என்னில் பாதி

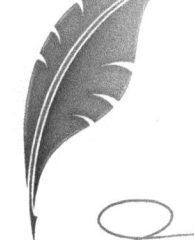

அம்மா உன் தாலாட்டு

வயதான தாய்க்கு பல்வேறு கவலைகளை மறந்து தூங்க வைப்பது குழந்தைகளின் பொறுப்பல்லவா ?

செவி குளிர நான் தூங்க
கான குயில் தோத்துடுச்சு
கவி படித்த வித்தகரும்
உன் சொல்லில் வியந்திடுச்சு

வீரத்தை விளைய வச்ச
உன் பாட்டு உயிராச்சு

அம்மா உன் தாலாட்டு

தீரம் கொண்ட நம்பாட்டன்
மரபு எல்லாம் விளங்கிடுச்சு

கோபத்தை வர செய்த
கொடியவரை தெரிஞ்சுடுச்சி
சோகத்தை மனதில் இட்ட
சொந்தங்கள் புரிஞ்சுடுச்சு

உன் துயரம் துடைக்க இனி
நான் வளர்ந்து நாளாச்சு
நீ தூங்க நான் படிப்பேன்
அம்மா உன் தாலாட்டு

காலமிது காலமிது

ஆராரோ நீ பாட
 நான் சொல்லி தாரேன்
ஆரோக்ய உணவெல்லாம்
 நான் செய்து தாரேன்

ஆடாத ஆட்டமெல்லாம்
 ஆடப்போறன் புள்ள
அடங்காத நம் ஆசை
 அடக்கப்போறான் புள்ள

குழந்தையாக அதுவரையில்
 சிரித்திருப்பாய் கண்ணே
குலம் தழைக்க வரப்போறான்
 நம்முடைய கண்ணே

உறங்க நேரம் இருந்திடுமோ
 அவன் வந்த பின்னே
அதுவரையில் ஓய்வெடுப்பாய்
 எந்தன் செல்லப் பெண்ணே

பெத்த மனசு

பூமி வந்து விழுகையிலே
பூரிச்ச ஓர் மனசு
பசி வந்து கத்தயிலே
குருதியுடன் ஓர் மனசு

நடை எடுத்து வைக்கையிலே
வீராப்பாய் ஓர் மனசு
நோய் வந்து படுக்கையிலே
போரிட்ட ஓர் மனசு

கால் கடுக்க நடக்கையிலே
தூக்கிவிட்ட ஓர் மனசு
தோள் மேலே வளர்ந்துவிட
பெருமிதத்தில் ஓர் மனசு

வெற்றி கண்ட பிள்ளையாலே
பரவசத்தில் ஓர் மனசு
அத்தனையும் கோத்து வச்ச
பெத்தவளின் தாய் மனசு

அன்னை

உதிரத்தில் உதித்த
 முத்து என்றார்
அகிலத்தில் அழகிய
 வித்து என்றார்
அதரத்தின் சிரிப்பே
 சொத்து என்றார்
அகத்தினின் மகிழ்விற்கு
 நெத்து என்றார்

அன்னை

தவழ்வதை பார்க்கையில்
சொல்லி நின்றார்
நடக்கையில் உணர்ச்சியில்
அள்ளி கொண்டார்
சொற்களை வாய்தனில்
சொல்ல வைத்தார்
எழுத்துக்கள் கைதனில்
எழுத வைத்தார்

கணிதத்தை எளிமையாய்
புரிய வைத்தார்
பணிவினால் பெருமையே
என்றும் என்றார்
துணிந்துசெல் வெற்றியும்
கூடும் என்றார்
பிணிகளின் பயத்தியே
துரத்து என்றார்

அறிவினால் உலகமே
அடங்கும் என்றார்
அதனாலே கல்விக்கு
செலவு செய்தார்
உண்மையின் பலத்தினை
உயர்த்தி சொன்னார்

உழைப்பினின் உயர்வினை
மனதில் வைத்தார்

கடமையே மனிதனின்
கண்கள் என்றார்
கூடியே வாழ்வது
சொர்ணம் என்றார்
வாடிய பொழுதெல்லாம்
தேற்றம் சொன்னார்
வெற்றியின் செய்தியில்
ஏற்றம் கொண்டார்

எங்கே... எங்கே... எங்கே...

பாட்டி காட்டாத பரிவு
அம்மா அளிக்காத அமுது
அக்கா திணிக்காத அறிவுரை
தங்கை தராத பாசம்
மங்கை மயக்காத அழகு
சித்தி சொல்லாத கதை
அத்தை அழைக்காத விருந்து
மனைவி மறுத்த நேசம்
அண்ணி காட்டாத கண்ணியம்
மகள் விடுக்காத கண்டிப்பு
தோழி உணர்த்தாத புத்தி
பேத்தி கொடுக்காத முத்தம்
மருமகள் மறுக்காத கனிவு

நெருப்பு

முதல் அடியை
    வைத்த போதும்
முதல் மொட்டை
    கத்தலின் போதும்
பள்ளியில் முதல்நாள்
    விட்ட போதும்
விடலை பருவ
    ஆட்டத்தின் போதும்
சைக்கிளை முதல்நாள்
    ஓட்டிய போதும்
பள்ளித் தேர்வின்
    முடிவின் போதும்
பணிக்கு நேர்முகத்
    தேர்வின் போதும்
காட்டுத் தீ யின்
    நெருப்பை சுமக்க
நித்தம் நித்தம்
    வெளியில் செல்ல
அக்கினி குஞ்சை
    தினமும் சுமந்த
அன்னை வயிற்றின்
    அன்பை பணிந்தேன்

நம் தந்தை

(நிலை மண்டில ஆசிரியப்பா)

பூமி இதுவென
 காட்டிய வித்தகன்
சேமி நலமென
 போற்றிய சத்தியன்
ஆமையின் ஓடுபோல்
 காத்த சரித்திரன்
சீமைக்கும் நம்புகழ்
 வேண்டிய நாயகன்

ஊமை வலிகளை
    தாங்கிய சத்ரியன்
பாசம் பதுக்கிய
    ஆசை தந்தையே

ஓர விழி பார்வையாலே

ஓரவிழிப் பார்வையிலே ஓராயிரம் அர்த்தங்கள், அதன் அகராதி அந்த இருவருக்கு மட்டுமே புரியும்

ஊரு சந்தை கூட்டத்திலே
காரு பொம்மை கண்பார்த்து
அடம் பிடிச்ச பிஞ்சு மனசு

ஓர விழி பார்வையாலே
நெருப்பு பொறி காட்டிவிட்டு
அடக்கி வச்ச நொந்த மனசு

ஏழு ஊரு போட்டி வச்ச
உறி அடிக்க துடித்த இளமை
அம்மாவின் இசைவு கேட்க

ஓர விழி பார்வையாலே
உத்தரவை கொடுத்து விட
உற்சாகம் அடைந்த மனசு

மாலை மாற்ற நிச்சயித்த
நாள் முதலாய் மாற்றத்தினை
அவன் நடப்பில் கண்டுகொண்டு

ஓர விழி பார்வையாலே
சிரித்து மனம் பொங்கி நின்ற
பெத்தவளின் பெரும் மனசு

வளர்ந்து விடு வனப்பே...

இப்போது பிறந்த தன தங்கை வேகமாக வளர
இந்த தமக்கைக்கு ஆசை

தட்டான் பிடிக்க துள்ளி
    ஓடி போக வேண்டாமா
அப்பா கூட சைக்கிள்
    ஏறி சுற்ற வேண்டாமா
கட்டாந்தரை கோடு
    போட்டு ஆட வேண்டாமா
குட்டை தண்ணி குதிச்சு
    குதிச்சு குளிக்க வேண்டாமா

அக்கா கூட நீயும்
    சேர்ந்து பாட வேண்டாமா
கொக்கு பாக்க குளக்
    கரைக்கு போக வேண்டாமா
பக்குவமா உன்னை
    நானும் பாத்துக்க போறேன்
சட்டுனு நீ வளர்ந்து
    விட்டால் பூரிச்சு போவேன்

போகி பண்டிகை

வேண்டாத பொருள் விலக்கி வேண்டுவன
புதுமையாக்கி நெருப்புடனே கொட்டடித்து
வரவேற்கும் திருநாள்

சோம்பலை தூக்கி
பாயில் சுருட்டி
சாம்பலாய் ஆக்க
தீயினில் பொசுக்கு

வீம்பும் வெறுப்பும்
தாளாய் கசக்கி
தீம்புகை எரியும்
தணலிலே அமுக்கு

தேம்பலும் பிதற்றலும்
மனதினில் விரட்டி
ஆம்பல் பொலிவாய்
முகத்தை மாற்று

போகி பண்டிகை

பழையன பழுதென
 மனதினில் உணர்ந்தால்
புதியன பொலிவென
 உனைச்சுற்றி மாற்று

ஐம்பொறி அடக்கும்
 அறிவை அறிந்து
ஐம்பூத உலகை
 அழகாய் மாற்று

பொங்கல் வந்தது

HAPPY
Pongal

தமிழ் மண்ணின் முதற் பண்டிகை. நன்றி சொல்வோம் இயற்கை என்னும் இறைவனுக்கு

மண் கிழித்து ஏர் உழுத
ஆழம் தெரிந்தது
மடை மடுத்து நீர் பிடிக்க
வரப்பு உயர்ந்தது

பொங்கல் வந்தது

இடை செருகல் கவி போல
களையும் சேர்ந்தது
களை பிடுங்கி கன்னி கைகள்
காய்த்து போனது

பயிர் விளைந்த செடி காத்து
தூக்கம் போனது
பகல் நேர கிளி விரட்டி
கைகள் ஓய்ந்தது

வியர்வை பட்ட நிலம் இன்று
செழிப்பை காட்டுது
அறுவடைக்கு நாள் சொல்லி
குனிந்து நின்றது

குவிச்சு வச்ச நெல் மணிகள்
உழைப்பை சொல்லுது
உழைப்பை இன்று கொண்டாடிட
பொங்கல் வந்தது

புத்தாண்டு வந்தாச்சு

வெள்ளி முளைச்சாச்சு
வெளிச்சம் தெரிஞ்சாச்சு
கள்ளம் கரைஞ்சாச்சு
உள்ளம் தெளிவாச்சு

வெள்ளம் வடிஞ்சாச்சு
வள்ளல் மனமாச்சு
பள்ளம் சமமாச்சு
துள்ளல் நடையாச்சு

நோயும் ஒழிஞ்சாச்சு
பயமும் போயாச்சு
பனியும் அழகாச்சு
கனியும் கனிஞ்சாச்சு

கடமை வித்தாச்சு
கடின உழைப்பாச்சு
பையில் காசாச்சு
சொல்லும் முத்தாச்சு

வரப்பு உயர்ந்தாச்சு
வயலும் செழிச்சாச்சு
எங்கும் மரமாச்சு
ஏற்றம் சுகமாச்சு

புத்தாண்டு பொலிவே வா

பச்சை கிளிக்கு
பழங்கள் கொண்டு வா

மாடுகள் மேயவே
புற்களை எழுப்ப வா

புலிகளும் உலவிட
காடுகள் செழிக்க வா

கானக் குயில்களை
காட்டினுள் கூட்டி வா

ஆடும் மயில்களை
அருவிக்கு அழைத்து வா

மீன்களும் ஆடிட
நீர்நிலை உயர்த்த வா

புத்தாண்டு பொலிவே வா

முகில்களும் உலாவிட
மரங்களை நீட்ட வா

நிலவிலே இறங்கிட
வித்தைகள் சொல்ல வா

அந்நியன் அழிக்கவே
போர்த்திறன் பகர வா

அணுவிலும் சிறியதாம்
கிருமிகள் அழிக்க வா

வெறுப்பை ஒதுக்கி
அன்பை அழைத்து வா

சோம்பலை முறித்து
வெற்றியை கொய்து வா

வீம்புகள் களைந்து
ஒற்றுமை நிலைக்க வா

கோபங்கள் கரைத்து
மனிதனை மாற்ற வா

உழைப்பினை சுமந்து
வெற்றிகள் கொய்ய வா

வம்புகள் ஒதுக்கி
வல்லமை கொண்டு வா

வாழ்வின் தேவையில்
கல்வியை இணைக்க வா

கல்வியை அனைவரும்
கற்றிட அழைத்து வா

உலகம் தமிழையும்
படிக்கவே பழக்க வா

கதிரவன் கருணை - களை கட்டும் பொங்கல்

ஏர் கலப்பை கொண்டு
   மண்ணை உழுதாச்சு
உழுத வயல் தண்ணீரில்
   நிறைத்தாச்சு

தொழுது நெல்லை
   கருமணலில் நட்டாச்சு
எழுந்த பயிர் காய்த்து
   முற்றி விளைந்தாச்சு

உழவரெல்லாம் ஓடி
   யாடி உழைச்சாச்சு
உழைச்சதெல்லாம் நெல்
   மணியாய் குவிந்தாச்சு

குவிந்ததெல்லாம் வீட்டில்
   கொண்டு சேர்த்தாச்சு

மார்கழியும் முடிந்து
  தையும் வந்தாச்சு

மஞ்சள் இஞ்சி
  கரும்புடனே மகிழ்வாச்சு
பொங்கல் இட
  பானையுமே மெருகாச்சு

மாடுகளும் மணி
  கட்டி அழகாச்சு
வீடுகளும் உறவுடனே
  சேர்ந்தாச்சு

களைகட்டும் பொங்கல்
  வந்து விடிந்தாச்சு
கொதிவந்த பானை
  பொங்கி விருந்தாச்சு

வண்ணத் "தை" வந்தாள்

வீட்டுச் சுவருக்கு அடித்தது வெள்ளை
அரிசி கோலம் அழகாய் வெள்ளை

சுற்றி வைத்தோம் பானைக்கு மஞ்சள்
பொங்கல் வெல்லம் இனித்தது மஞ்சள்

தோரணம் கட்டிய மாவிலை பச்சை
மஞ்சள் பழத்துடன் வெற்றிலை பச்சை

வேண்டி நின்றோம் சூரியன் சிகப்பு
வேகும் அடுப்பின் தணலும் சிகப்பு

தாங்கி வந்தோம் கருப்புக் கரும்பு
தாம்பூல தட்டில் பாக்கும் கருப்பு

எண்ணம் போலே வாழ்வும் சிறக்க
வண்ணத் தையே ஆசிகள் அருள்வாய்

தீப ஒளி திருநாள்

சிறார்களின் உள்ளம் கொள்ளை கொண்ட முதற் பண்டிகை. இல்லத்தில் அனைவரும் இங்கும் அங்கும் ஓடியாடி கொண்டாட ஒரு பண்டிகை.

விடிகாலை எண்ணையில்
தலையும் நனையும்
வெந்நீரில் குளித்ததும்
உள்ளம் சிலிர்க்கும்

புத்தாடை மேனியில்
சுற்றிச் சிரிக்கும்
கொத்தாக விளக்குகள்
கண்ணை பறிக்கும்

அப்பாவின் வேட்டியும்
வெள்ளை அடிக்கும்
அம்மாவின் பட்டாடை
விளக்கில் ஜொளிக்கும்

தீப ஒளி திருநாள்

அதிரசம் முறுக்கெல்லாம்
    வாயில் கரையும்
அம்மாவின் கைவண்ணம்
    அதிலே தெரியும்

பகலிலே பட்டாசு
    காதைப் பிளக்கும்
இரவிலே மத்தாப்பு
    வானம் தெளிக்கும்

பலகாரம் பல வீடு
    மாறி ஒளியும்
இலக்குமி கடாட்சம்
    வீட்டில் நிறையும்

தை மகள் வந்தாள்

லேசான
    மழை துளியின்
      சாரல்

நெடுநாளாய்
    காத்திருந்த
      நேரம்

தை வந்து
    காட்டுதம்மா
      முகம்

மெய் சிலிர்த்து
    மகிழ்ந்ததம்மா
      அகம்

பொங்கலிட
    ஏங்கி நிற்கும்
      கதிர்

மஞ்சள் சுற்ற
 வீற்றிருக்கும்
  குதிர்

அறுவடைக்கு
 காத்திருக்கும்
  பயிர்

அறுசுவைக்கு
 காத்திருக்கும்
  உயிர்

மார்கழி

சேவண்டிகாரனின்
மணியோசை
கோவிலில் ஓதிடும்
திருப்பாவை
காலையில் வாசலில்
புதுக்கோலம்
ஐயப்பன் பாடிடும்
எழில்கூட்டம்
மாலையும் மலர்களும்
அழகூட்டும்
பக்தரால் வீதிகள்
மெருகேறும்
சில்லென்ற காற்றுடன்
பனிமூட்டம்
மார்கழி திங்களின்
சிறப்போதும்

மாட்டுப் பொங்கல்

வண்டி கட்ட
    வந்ததொரு காளை
ஏர் தண்டு கட்டி
    நின்றதொரு காளை
சண்டித் தனம்
    செய்ததொரு காளை
சண்டை என்றால்
    தூக்குமிந்த ஆளை !

மெல்லப் பிறந்தது தை

செங்கதிர் சாய்ந்து
சேதி சொன்னது

மஞ்சளும் காய்த்து
வாசம் வந்தது

இஞ்சியும் கரும்பும்
வீடு வந்தது

தையுடன் மகிழ்ச்சி
கூடி வந்தது

காளையும் வீரத்தை
காட்டி நின்றது

மானுடம் கதிரவன்
போற்றி நின்றது !

www.ingramcontent.com/pod-product-compliance
Lightning Source LLC
LaVergne TN
LVHW061549070526
838199LV00077B/6963
* 9 7 8 9 3 5 6 4 8 6 6 9 0 *